ನಾನು ಯಾರು?

ಶ್ರೀ ರಮಣ ಮಹರ್ಷಿಗಳ

—— ಬೋಧನೆಗಳು ——

SANAGE

PUBLISHING HOUSE

ರಮಣ ಮಹರ್ಷಿ(30 ಡಿಸೆಂಬರ್ 1879 - 14 ಏಪ್ರಿಲ್ 1950) ಒಬ್ಬ ಭಾರತೀಯ ಹಿಂದೂ ಋಷಿ. ಅವರು ಇತ್ತೀಚಿನ ದಿನಗಳ ಅತ್ಯಂತ ಮಹೋನ್ನತ ಭಾರತೀಯ ಆಧ್ಯಾತ್ಮಿಕ ನಾಯಕರಲ್ಲಿ ಒಬ್ಬರು ಎಂದು ವ್ಯಾಪಕವಾಗಿ ಭಾವಿಸಲಾಗಿದೆ. 16 ನೇ ವಯಸ್ಸಿನಲ್ಲಿ ಜ್ಞಾನೋದಯವನ್ನು ಪಡೆದ ನಂತರ, ಅವರು ದಕ್ಷಿಣ ಭಾರತದ ಅರುಣಾಚಲದ ಪವಿತ್ರ ಪರ್ವತಕ್ಕೆ ಸೆಳೆಯಲ್ಪಟ್ಟರು ಮತ್ತು ಅವರ ಜೀವನದುದ್ದಕ್ಕೂ ಅಲ್ಲಿಯೇ ಇದ್ದರು. ಅವರ ನಿಶ್ಚಲತೆ, ನಿಶ್ಯಬ್ದತೆ ಮತ್ತು ಬೋಧನೆಗಳಿಂದ ಆಕರ್ಷಿತರಾದ ಸಾವಿರಾರು ಜನರು ದೇವರ ಸ್ವರೂಪದಿಂದ ಹಿಡಿದು ದೈನಂದಿನ ಜೀವನದವರೆಗಿನ ವಿಷಯಗಳ ಕುರಿತು ಅವರ ಮಾರ್ಗದರ್ಶನವನ್ನು ಕೋರಿದರು.

ಪರಿವಿಡಿ

ಪರಿಚಯ

ನಾನು ಯಾರು? ಸ್ವಯಂ ವಿಚಾರಣೆಯ ಮೇಲೆ ಹೊಂದಿರುವ ಪ್ರಶ್ನೆಗಳು ಮತ್ತು ಉತ್ತರಗಳ ಗುಂಪಿಗೆ ನೀಡಲಾದ ಶೀರ್ಷಿಕೆಯಾಗಿದೆ. 1902 ರ ಸುಮಾರಿಗೆ ಶ್ರೀ ಎಂ. ಶಿವಪ್ರಕಾಶಂ ಪಿಳ್ಳೈ ಅವರು ಭಗವಾನ್ ಶ್ರೀ ರಮಣ ಮಹರ್ಷಿಗಳಿಗೆ ಪ್ರಶ್ನೆಗಳನ್ನು ಕೇಳಿದರು. ತತ್ವಶಾಸ್ತ್ರದಲ್ಲಿ ಪದವೀಧರರಾದ ಶ್ರೀ ಪಿಳ್ಳೈ ಅವರು ಆ ಸಮಯದಲ್ಲಿ ದಕ್ಷಿಣ ಆರ್ಕಾಟ್ ಕಲೆಕ್ಟರೇಟ್‌ನ ಕಂದಾಯ ಇಲಾಖೆಯಲ್ಲಿ ಉದ್ಯೋಗಿಯಾಗಿದ್ದರು. 1902 ರಲ್ಲಿ ಅವರು ಅಧಿಕೃತ ಕೆಲಸದ ಮೇಲೆ ತಿರುವಣ್ಣಾಮಲೈಗೆ ಭೇಟಿ ನೀಡಿದಾಗ, ಅವರು ಅರುಣಾಚಲ ಬೆಟ್ಟದ ವಿರೂಪಾಕ್ಷ ಗುಹೆಗೆ ಹೋಗಿ ಅಲ್ಲಿ ಮಹರ್ಷಿಗಳನ್ನು ಭೇಟಿಯಾದರು. ಅವರು ಅವರಿಂದ ಆಧ್ಯಾತ್ಮಿಕ ಮಾರ್ಗದರ್ಶನವನ್ನು ಪಡೆದರು ಮತ್ತು ಸ್ವಯಂ ವಿಚಾರಣೆಗೆ ಸಂಬಂಧಿಸಿದ ಪ್ರಶ್ನೆಗಳಿಗೆ ಉತ್ತರಗಳನ್ನು ಕೋರಿದರು. ಆಗ ಭಗವಾನರು ಮಾತನಾಡದೇ ಇದ್ದುದರಿಂದ, ಅವರು ತೆಗೆದುಕೊಂಡ ಯಾವುದೇ ಪ್ರತಿಜ್ಞೆಯಿಂದಲ್ಲ ಬದಲಾಗಿ ಅವರಿಗೆ ಮಾತನಾಡುವ ಮನಸ್ಸಿಲ್ಲದ ಕಾರಣ, ಅವರು ಬರೆದು ಕೇಳಿದ ಪ್ರಶ್ನೆಗಳಿಗೆ ಉತ್ತರಿಸಿದರು. ಶ್ರೀ ಶಿವಪ್ರಕಾಶಂ ಪಿಳ್ಳೈ ಅವರು ಸ್ಮರಿಸಿಕೊಂಡು ಮತ್ತು ದಾಖಲಿಸಿರುವಂತೆ, ಭಗವಾನ್ ನೀಡಿದ ಹದಿಮೂರು ಪ್ರಶ್ನೆಗಳು ಮತ್ತು ಉತ್ತರಗಳು ಇದ್ದವು. ಈ ದಾಖಲೆಯನ್ನು

ಮೊದಲು ಶ್ರೀ ಪಿಳ್ಳೈ ಅವರು 1923 ರಲ್ಲಿ (ಮೂಲ ತಮಿಳಿನಲ್ಲಿ) ಪ್ರಕಟಿಸಿದರು, ಜೊತೆಗೆ ಭಗವಾನ್ ಅವರ ಕೃಪೆಯು ಅವರ ಅನುಮಾನಗಳನ್ನು ಹೋಗಲಾಡಿಸುವ ಮೂಲಕ ಮತ್ತು ಜೀವನದ ಬಿಕ್ಕಟ್ಟಿನಿಂದ ಅವರನ್ನು ರಕ್ಷಿಸುವ ಮೂಲಕ ಅವರ ವಿಷಯದಲ್ಲಿ ಹೇಗೆ ಕಾರ್ಯನಿರ್ವಹಿಸಿತು ಎಂಬುದಕ್ಕೆ ಸಂಬಂಧಿಸಿದ ಒಂದೆರಡು ಕವಿತೆಗಳೊಂದಿಗೆ ಸ್ವತಃ ರಚಿಸಿದರು.

ನಾನು ಯಾರು? ಇದನ್ನು ನಂತರ ಹಲವಾರು ಬಾರಿ ಪ್ರಕಟಿಸಲಾಗಿದೆ.

ಪ್ರಸ್ತುತಸಲ್ಲಿಕೆ ಇಪ್ಪತ್ತೆಂಟು ಪ್ರಶ್ನೆಗಳು ಮತ್ತು ಉತ್ತರಗಳ ರೂಪದಲ್ಲಿನ ಪದ್ಯವಾಗಿದೆ.

ವಿಚಾರಸಂಗ್ರಹಮ್ (ಸ್ವಯಂ ವಿಚಾರಣೆ) ಜೊತೆಗೆ, ನಾನ್ ಯಾರ್ (ನಾನು ಯಾರು?) ಗುರುಗಳ ಸ್ವಂತ ಮಾತುಗಳಲ್ಲಿ ಬಂದ ಮೊದಲ ಸೂಚನೆಗಳ ಗುಂಪನ್ನು ರೂಪಿಸುತ್ತದೆ. ಭಗವಾನರ ಕೃತಿಗಳಲ್ಲಿ ಇವೆರಡು ಮಾತ್ರ ಗದ್ಯಭಾಗಗಳು. ವಿಮೋಚನೆಯ ನೇರ ಮಾರ್ಗವು ಸ್ವಯಂ ವಿಚಾರಣೆಯಾಗಿದೆ ಎಂಬ ಕೇಂದ್ರ ಬೋಧನೆಯನ್ನು ಅವರು ಸ್ಪಷ್ಟವಾಗಿ ಮುಂದಿಡುತ್ತಾರೆ. ವಿಚಾರಣೆಯನ್ನು ಮಾಡಬೇಕಾದ ನಿರ್ದಿಷ್ಟ ವಿಧಾನವನ್ನು ನಾನ್ ಯಾರ್ ನಲ್ಲಿ ಸ್ಪಷ್ಟವಾಗಿ ವಿವರಿಸಲಾಗಿದೆ. ಮನಸ್ಸು ಆಲೋಚನೆಗಳಿಂದ ಕೂಡಿದೆ. ಮನಸ್ಸಿನಲ್ಲಿ ಮೊದಲು ಹುಟ್ಟುವುದು "ನಾನು"-ಚಿಂತನೆ. "ನಾನು ಯಾರು?" ಎಂದು ನಿರಂತರವಾಗಿ ವಿಚಾರಣೆ ನಡೆಸಿದಾಗ, ಎಲ್ಲಾ ಇತರ ಆಲೋಚನೆಗಳು ನಾಶವಾಗುತ್ತವೆ, ಮತ್ತು ಅಂತಿಮವಾಗಿ "ನಾನು"-ಚಿಂತನೆಯು ಸ್ವತಃ ಮಾಯವಾಗುತ್ತದೆ ಮತ್ತು ಸರ್ವೋಚ್ಚ ದ್ವಂದ್ವವಲ್ಲದ ಆತ್ಮದ ಚಿಂತನೆಯೊಂದೆ ಉಳಿಯುತ್ತದೆ. ದೇಹ ಮತ್ತು ಮನಸ್ಸಿನಂತಹ ಆತ್ಮವಲ್ಲದ ವಿದ್ಯಮಾನಗಳೊಂದಿಗೆ ಆತ್ಮವನ್ನು ತಪ್ಪಾಗಿ ಗುರುತಿಸುವುದು ಹೀಗೆ ಕೊನೆಗೊಳ್ಳುತ್ತದೆ ಮತ್ತು ಅಲ್ಲಿ ಪ್ರಕಾಶ,

ಸಾಕ್ಷಾತ್ಕಾರವಿರುತ್ತದೆ. ಸಹಜವಾಗಿ, ವಿಚಾರಣೆಯ ಪ್ರಕ್ರಿಯೆಯು ಸುಲಭವಲ್ಲ. "ನಾನು ಯಾರು?" ಎಂದು ಒಬ್ಬರು ವಿಚಾರಿಸಿದಾಗ, ಇತರ ಆಲೋಚನೆಗಳು ಉದ್ಭವಿಸುತ್ತವೆ; ಆದರೆ ಇವು ಉದ್ಭವಿಸಿದಂತೆ, ಅವುಗಳನ್ನು ಅನುಸರಿಸುವ ಮೂಲಕ ಒಬ್ಬರು ಅವುಗಳಿಗೆ ಮಣಿಯಬಾರದು; ಇದಕ್ಕೆ ವಿರುದ್ಧವಾಗಿ, "ಅವುಗಳು ಯಾರಿಗೆ ಹುಟ್ಟುತ್ತವೆ?" ಎಂದು ಕೇಳಿಕೊಳ್ಳಬೇಕು. ಇದನ್ನು ಮಾಡಲು, ಒಬ್ಬರು ಅತ್ಯಂತ ಜಾಗರೂಕರಾಗಿರಬೇಕು. ನಿರಂತರ ವಿಚಾರಣೆಯ ಮೂಲಕ ಮನಸ್ಸನ್ನು ತನ್ನ ಮೂಲದಲ್ಲಿಯೇ ಇರುವಂತೆ ಮಾಡಬೇಕು, ಅದು ತನ್ನಿಂದ ತಾನೇ ಸೃಷ್ಟಿಸಿದ ಆಲೋಚನೆಯ ಜಟಿಲಗಳಲ್ಲಿ ಕಳೆದುಹೋಗಲು ಬಿಡಬಾರದು. ಉಸಿರಾಟ ನಿಯಂತ್ರಣ ಮತ್ತು ದೇವರ ರೂಪಗಳ ಧ್ಯಾನದಂತಹ ಎಲ್ಲಾ ಇತರ ಶಿಸ್ತುಗಳನ್ನು ಸಹಾಯಕ ಅಭ್ಯಾಸಗಳೆಂದು ಪರಿಗಣಿಸಬೇಕು. ಮನಸ್ಸನ್ನು ಶಾಂತವಾಗಿ ಮತ್ತು ಏಕಮುಖಿಯಾಗಲು ಸಹಾಯ ಮಾಡುವಲ್ಲಿ ಅವು ಇಲ್ಲಿಯವರೆಗೆ ಉಪಯುಕ್ತವಾಗಿವೆ. ಏಕಾಗ್ರತೆಯಲ್ಲಿ ಕೌಶಲ್ಯವನ್ನು ಪಡೆದ ಮನಸ್ಸಿಗೆ ಸ್ವಯಂ ವಿಚಾರಣೆ ತುಲನಾತ್ಮಕವಾಗಿ ಸುಲಭವಾಗುತ್ತದೆ. ನಿರಂತರವಾದ ವಿಚಾರಣೆಯಿಂದ ಆಲೋಚನೆಗಳು ನಾಶವಾಗುತ್ತವೆ ಮತ್ತು ಆತ್ಮವನ್ನು ಅರಿತುಕೊಳ್ಳಲಾಗುತ್ತದೆ - "ನಾನು"-ಚಿಂತನೆಯೂ ಇಲ್ಲದಿರುವ ಸಂಪೂರ್ಣ ವಾಸ್ತವವನ್ನು "ಮೌನ" ಎಂದು ಉಲ್ಲೇಖಿಸಲಾಗುತ್ತದೆ.

ಇದು ವಸ್ತುತಃ ಭಗವಾನ್ ಶ್ರೀ ರಮಣ ಮಹರ್ಷಿಗಳ ನಾನ್ ಯಾರ್ (ನಾನು ಯಾರು?) ನ ಬೋಧನೆಗಳು.

ಟಿ.ಎಂ.ಪಿ ಮಹದೇವನ್
ಮದ್ರಾಸ್ ವಿಶ್ವವಿದ್ಯಾಲಯ
ಜೂನ್ 30, 1982

ಭಗವಾನ್ ಶ್ರೀ ರಮಣ ಮಹರ್ಷಿ

(21 ನೇ ವಯಸ್ಸಿನಲ್ಲಿ)

ನಾನು ಯಾರು?

ನಾನ್ ಯಾರ್

ಎಲ್ಲಾ ಜೀವಿಗಳು ಯಾವುದೇ ದುಃಖವಿಲ್ಲದೆ ಯಾವಾಗಲೂ ಸಂತೋಷವಾಗಿರಲು ಬಯಸುತ್ತವೆ. ಪ್ರತಿಯೊಬ್ಬರಲ್ಲೂ ತನಗಾಗಿ ಪರಮ ಪ್ರೀತಿ ಇರುತ್ತದೆ. ಮತ್ತು ಸಂತೋಷ ಮಾತ್ರ ಪ್ರೀತಿಯ ಕಾರಣ. ಎಲ್ಲಿ ಮನಸ್ಸು ಇರುವುದಿಲ್ಲವೋ, ಅಲ್ಲಿ ತನ್ನನ್ನು ತಾನು ತಿಳಿದುಕೊಳ್ಳಬೇಕು. ಇದನ್ನು ಸಾಧಿಸಲು, ಜ್ಞಾನದ ಮಾರ್ಗವಾಗಿ, "ನಾನು ಯಾರು?" ಎಂಬ ರೂಪದಲ್ಲಿ ವಿಚಾರಣೆ ಮಾಡುವುದು, ಮುಖ್ಯ ಸಾಧನವಾಗಿದೆ.

1. ನಾನು ಯಾರು?

ಸ್ಥೂಲ ದೇಹವು ಏಳು ಧಾತುಗಳಿಂದ ಕೂಡಿದೆ, ನಾನು ಅಲ್ಲ; ಐದು ಅರಿವಿನ ಇಂದ್ರಿಯಗಳು, ಅಂದರೆ, ಶ್ರವಣ, ಸ್ಪರ್ಶ, ದೃಷ್ಟಿ, ರುಚಿ ಮತ್ತು ವಾಸನೆಯ ಇಂದ್ರಿಯಗಳು, ತಮ್ಮ ತಮ್ಮ ವಸ್ತುಗಳನ್ನು ವಶಪಡಿಸಿಕೊಳ್ಳುತ್ತವೆ, ಅಂದರೆ ಶಬ್ದ, ಸ್ಪರ್ಶ, ಬಣ್ಣ, ರುಚಿ ಮತ್ತು ವಾಸನೆ, ನಾನು ಅಲ್ಲ; ಐದು ಅರಿವಿನ ಇಂದ್ರಿಯಗಳು, ಅಂದರೆ ಮಾತನಾಡುವ, ಚಲಿಸುವ, ಗ್ರಹಿಸುವ, ವಿಸರ್ಜಿಸುವ ಮತ್ತು ಸಂತಾನೋತ್ಪತ್ತಿಸುವ ಅಂಗಗಳು, ಮಾತನಾಡುವ, ಚಲಿಸುವ, ಗ್ರಹಿಸುವ, ವಿಸರ್ಜಿಸುವ ಮತ್ತು ಆನಂದಿಸುವ ಆಯಾ ಕಾರ್ಯಗಳನ್ನು ಹೊಂದಿವೆ, ನಾನು ಅಲ್ಲ; ಐದು ಪ್ರಮುಖ ಗಾಳಿಗಳು, ಪ್ರಾಣ, ಇತ್ಯಾದಿ, ಇದು ಕ್ರಮವಾಗಿ ಉಸಿರಾಟದ ಐದು ಕಾರ್ಯಗಳನ್ನು ನಿರ್ವಹಿಸುತ್ತದೆ, ಇತ್ಯಾದಿ, ನಾನು ಅಲ್ಲ; ಯೋಚಿಸುವ ಮನಸ್ಸು ಕೂಡ, ನಾನು ಅಲ್ಲ; ಅಜ್ಞಾನವೂ ಸಹ, ಇದು ವಸ್ತುಗಳ ಉಳಿದ ಅನಿಸಿಕೆಗಳನ್ನು ಮಾತ್ರ ಹೊಂದಿದೆ ಮತ್ತು ಅದರಲ್ಲಿ ಯಾವುದೇ ವಸ್ತುಗಳಿಲ್ಲ ಮತ್ತು ಯಾವುದೇ ಕಾರ್ಯಗಳಿಲ್ಲ, ನಾನು ಅಲ್ಲ.

2. ನಾನು ಇದರಲ್ಲಿ ಯಾವುದೂ ಅಲ್ಲದಿದ್ದರೆ, ಹಾಗಿದ್ದರೆ ನಾನು ಯಾರು?

'ಇದಲ್ಲ', 'ಇದಲ್ಲ' ಎಂದು ಮೇಲೆ ಹೇಳಿದ ಎಲ್ಲವನ್ನೂ ನಿರಾಕರಿಸಿದ ನಂತರ, ಆ ಅರಿವು ಮಾತ್ರ ಉಳಿದಿದೆ - ನಾನು ಎಂದು.

3. ಅರಿವಿನ ಸ್ವರೂಪವೇನು?

ಅರಿವಿನಸ್ವರೂಪವುಅಸ್ತಿತ್ವ-ಪ್ರಜ್ಞೆ-ಆನಂದ.

4. ಆತ್ಮದ ಸಾಕ್ಷಾತ್ಕಾರ ಯಾವಾಗ ಸಿಗುತ್ತದೆ?

ಕಾಣುವ ಪ್ರಪಂಚವನ್ನು ತೊಲಗಿಸಿದಾಗ, ದರ್ಶಕನಾದ ಆತ್ಮನ ಸಾಕ್ಷಾತ್ಕಾರವಾಗುತ್ತದೆ.

5. ಜಗತ್ತು ಇರುವಾಗಲೇ ಆತ್ಮದ ಸಾಕ್ಷಾತ್ಕಾರವಾಗುವುದಿಲ್ಲವೇ (ವಾಸ್ತವವೆಂದು ತೆಗೆದುಕೊಂಡರೆ)?

ಇರುವುದಿಲ್ಲ.

6. ಯಾಕೆ?

ನೋಡುವವನು ಮತ್ತು ನೋಡುವ ವಸ್ತುವು ಹಗ್ಗ ಮತ್ತು ಹಾವಿನಂತೆ. ಭ್ರಾಂತಿಯಾದ ಸರ್ಪದ ಮಿಥ್ಯಾಜ್ಞಾನ ಹೋಗದ ಹೊರತು ತಳಹದಿಯಾದ ಹಗ್ಗದ ಜ್ಞಾನವು ಉದ್ಭವಿಸುವುದಿಲ್ಲ, ಆದ್ದರಿಂದ ಜಗತ್ತು ನಿಜವೆಂಬ ನಂಬಿಕೆಯನ್ನು ತೊಲಗಿಸದ ಹೊರತು ತಳಹದಿಯಾಗಿರುವ ಆತ್ಮದ ಸಾಕ್ಷಾತ್ಕಾರವು ಸಿಗುವುದಿಲ್ಲ.

7. ನಾವು ವಸ್ತುವಾಗಿ ನೋಡುತ್ತಿರುವ ಜಗತ್ತು ಯಾವಾಗ ಕಣ್ಮರೆಯಾಗುತ್ತದೆ?

ಎಲ್ಲಾ ಜ್ಞಾನ ಮತ್ತು ಎಲ್ಲಾ ಕ್ರಿಯೆಗಳಿಗೆ ಕಾರಣವಾದ ಮನಸ್ಸು ಶಾಂತವಾದಾಗ,ಪ್ರಪಂಚವು ಕಣ್ಮರೆಯಾಗುತ್ತದೆ.

8. ಮನಸ್ಸಿನ ಸ್ವಭಾವವೇನು?

'ಮನಸ್ಸು' ಎಂದು ಕರೆಯಲ್ಪಡುವುದು ಆತ್ಮದಲ್ಲಿ ನೆಲೆಸಿರುವ ಅದ್ಭುತ ಶಕ್ತಿಯಾಗಿದೆ. ಇದು ಎಲ್ಲಾ ಆಲೋಚನೆಗಳನ್ನು ಹುಟ್ಟುಹಾಕುತ್ತದೆ. ಆಲೋಚನೆಗಳ ಹೊರತಾಗಿ, ಮನಸ್ಸು ಎಂಬುದಿಲ್ಲ. ಆದ್ದರಿಂದ, ಆಲೋಚನೆಯು ಮನಸ್ಸಿನ ಸ್ವಭಾವವಾಗಿದೆ. ಆಲೋಚನೆಗಳ ಹೊರತಾಗಿ, ಜಗತ್ತು ಎಂಬ ಸ್ವತಂತ್ರ ಅಸ್ತಿತ್ವವಿಲ್ಲ. ಆಳವಾದ ನಿದ್ರೆಯಲ್ಲಿ ಯಾವುದೇ ಆಲೋಚನೆಗಳಿಲ್ಲ, ಮತ್ತು ಪ್ರಪಂಚವಿಲ್ಲ. ಎಚ್ಚರ ಮತ್ತು ಕನಸಿನ ಸ್ಥಿತಿಗಳಲ್ಲಿ ಆಲೋಚನೆಗಳು ಇವೆ, ಮತ್ತು ಪ್ರಪಂಚವೂ ಇದೆ. ಜೇಡವು ತನ್ನಿಂದ ಎಳೆಯನ್ನು (ಜಾಲದ) ಹೊರಸೂಸುವಂತೆ ಮತ್ತು ಅದನ್ನ ಮತ್ತೆ ತನ್ನೊಳಗೆ ಹಿಂತೆಗೆದುಕೊಳ್ಳುತ್ತದೆ, ಹಾಗೆಯೇ ಮನಸ್ಸು ತನ್ನಿಂದ ಜಗತ್ತನ್ನು ಪ್ರದರ್ಶಿಸುತ್ತದೆ ಮತ್ತು ಮತ್ತೆ ಅದನ್ನು ತನ್ನೊಳಗೆ ಪರಿಹರಿಸುತ್ತದೆ. ಮನಸ್ಸು ಆತ್ಮದಿಂದ ಹೊರಬಂದಾಗ ಜಗತ್ತು ಕಾಣಿಸಿಕೊಳ್ಳುತ್ತದೆ. ಆದ್ದರಿಂದ, ಜಗತ್ತು ಕಾಣಿಸಿಕೊಂಡಾಗ (ನಿಜವಾಗಲು), ಆತ್ಮವು ಗೋಚರಿಸುವುದಿಲ್ಲ; ಮತ್ತು ಆತ್ಮವು ಕಾಣಿಸಿಕೊಂಡಾಗ (ಹೊಳೆಯುತ್ತದೆ) ಜಗತ್ತು ಗೋಚರಿಸುವುದಿಲ್ಲ. ಒಬ್ಬನು ಮನಸ್ಸಿನ ಸ್ವರೂಪವನ್ನು ನಿರಂತರವಾಗಿ ವಿಚಾರಿಸಿದಾಗ, ಮನಸ್ಸು ಆತ್ಮವನ್ನು (ಶೇಷವಾಗಿ) ಬಿಟ್ಟು ಕೊನೆಗೊಳ್ಳುತ್ತದೆ. ಯಾವುದನ್ನ ಸ್ವಯಂ ಎಂದು ಉಲ್ಲೇಖಿಸಲಾಗಿದೆಯೋ ಅದು ಆತ್ಮ. ಮನಸ್ಸು ಯಾವಾಗಲೂ

ಸ್ಥೂಲವಾದ ಯಾವುದನ್ನಾದರೂ ಅವಲಂಬಿಸಿದೆ; ಅದು ಏಕಾಂಗಿಯಾಗಿ ಉಳಿಯಲು ಸಾಧ್ಯವಿಲ್ಲ. ಇದು ಸೂಕ್ಷ್ಮ ದೇಹ ಅಥವಾ ಆತ್ಮ (ಜೀವ) ಎಂದು ಕರೆಯಲ್ಪಡುವ ಮನಸ್ಸು.

9. ಮನಸ್ಸಿನ ಸ್ವಭಾವವನ್ನು ಅರ್ಥಮಾಡಿಕೊಳ್ಳಲು ವಿಚಾರಣೆಯ ಮಾರ್ಗ ಯಾವುದು?

ಈ ಶರೀರದಲ್ಲಿ 'ನಾನು' ಎಂದು ಮೂಡುವುದು ಮನಸ್ಸು. 'ನಾನು' ಎಂಬ ಚಿಂತನೆಯು ದೇಹದಲ್ಲಿ ಎಲ್ಲಿಂದ ಮೊದಲು ಮೂಡುತ್ತದೆ ಎಂದು ವಿಚಾರಿಸಿದರೆ ಅದು ಹೃದಯದಲ್ಲಿ ಮೂಡುತ್ತದೆ ಎಂದು ತಿಳಿಯಬಹುದು. ಅದು ಮನಸ್ಸಿನ ಹುಟ್ಟಿನ ಸ್ಥಳ. ಒಬ್ಬನು ನಿರಂತರವಾಗಿ 'ನಾನು-ನಾನು' ಎಂದು ಯೋಚಿಸಿದರೂ, ಆತನನ್ನು ಆ ಸ್ಥಳಕ್ಕೆ ಕರೆದೊಯ್ಯಲಾಗುತ್ತದೆ. ಮನಸ್ಸಿನಲ್ಲಿ ಉದ್ಭವಿಸುವ ಎಲ್ಲಾ ಆಲೋಚನೆಗಳಲ್ಲಿ, 'ನಾನು'-ಆಲೋಚನೆಯು ಮೊದಲನೆಯದು. ಇದರ ಉಗಮದ ನಂತರವೇ ಇತರ ಆಲೋಚನೆಗಳು ಹುಟ್ಟಿಕೊಳ್ಳುತ್ತವೆ. ಮೊದಲ ವ್ಯೆಯಕ್ತಿಕ ಸರ್ವನಾಮ ಕಾಣಿಸಿಕೊಂಡ ನಂತರ ಎರಡನೇ ಮತ್ತು ಮೂರನೇ ವ್ಯೆಯಕ್ತಿಕ ಸರ್ವನಾಮಗಳು ಕಾಣಿಸಿಕೊಳ್ಳುತ್ತವೆ; ಮೊದಲ ವ್ಯೆಯಕ್ತಿಕ ಸರ್ವನಾಮವಿಲ್ಲದೆ ಎರಡನೆಯ ಮತ್ತು ಮೂರನೆಯದು ಇರುವುದಿಲ್ಲ.

10. ಮನಸ್ಸು ಹೇಗೆ ಶಾಂತವಾಗುತ್ತದೆ? 'ನಾನು ಯಾರು?' ಎಂಬ ವಿಚಾರಣೆಯಿಂದ. 'ನಾನು ಯಾರು?'

ಎಂಬ ಆಲೋಚನೆಯು ಇತರ ಎಲ್ಲಾ ಆಲೋಚನೆಗಳನ್ನು ನಾಶಪಡಿಸುತ್ತದೆ ಮತ್ತು ಉರಿಯುತ್ತಿರುವ ಚಿತೆಯನ್ನು ಕಲಕಲು ಬಳಸುವ ಕೋಲಿನಂತೆ ಕೊನೆಗೆ ಅದು ಸ್ವತಃ ನಾಶವಾಗುತ್ತದೆ. ಆಗ ಆತ್ಮ ಸಾಕ್ಷಾತ್ಕಾರ ಉಂಟಾಗುತ್ತದೆ.

11. 'ನಾನು ಯಾರು' ಎಂಬ ಆಲೋಚನೆಯನ್ನು ನಿರಂತರವಾಗಿ ಹಿಡಿದಿಟ್ಟುಕೊಳ್ಳುವ ವಿಧಾನವೇನು? ಇತರ ಆಲೋಚನೆಗಳು ಹುಟ್ಟಿಕೊಂಡಾಗ, ಒಬ್ಬರು ಅವುಗಳನ್ನು ಅನುಸರಿಸಬಾರದು, ಆದರೆ ಕೇಳಿಕೊಳ್ಳಬೇಕು: 'ಯಾರಿಗೆ ಅವು ಹುಟ್ಟುತ್ತವೆ?'

ಎಷ್ಟು ಆಲೋಚನೆಗಳು ಉದ್ಭವಿಸುತ್ತವೆ ಎಂಬುದು ಮುಖ್ಯವಲ್ಲ. ಪ್ರತಿಯೊಂದು ಆಲೋಚನೆಯು ಉದ್ಭವಿಸಿದಾಗ, ಒಬ್ಬರು ಶ್ರದ್ಧೆಯಿಂದ ವಿಚಾರಿಸಬೇಕು, 'ಈ ಯೋಚನೆ ಹುಟ್ಟಿದ್ದು ಯಾರಿಗೆ?'. ಹೊರಹೊಮ್ಮುವ ಉತ್ತರವು 'ನನಗೆ' ಎಂದು ಆಗಿರುತ್ತದೆ. ಆಮೇಲೆ 'ನಾನು ಯಾರು?' ಎಂದು ವಿಚಾರಿಸಿದರೆ ಮನಸ್ಸು ತನ್ನ ಮೂಲಕ್ಕೆ ಹಿಂದಿರುಗುತ್ತದೆ; ಮತ್ತು ಉದ್ಭವಿಸಿದ ಆಲೋಚನೆಯು ಶಾಂತವಾಗುತ್ತದೆ. ಈ ರೀತಿ ಪುನರಾವರ್ತಿತ ಅಭ್ಯಾಸದಿಂದ, ಮನಸ್ಸು ತನ್ನ ಮೂಲದಲ್ಲಿ ಉಳಿಯುವ ಕೌಶಲ್ಯವನ್ನು ಅಭಿವೃದ್ಧಿಪಡಿಸುತ್ತದೆ. ಸೂಕ್ಷ್ಮವಾದ ಮನಸ್ಸು ಮೆದುಳು ಮತ್ತು ಇಂದ್ರಿಯಗಳ ಮೂಲಕ ಹೊರಬಂದಾಗ, ಸ್ಥೂಲವಾದ ಹೆಸರುಗಳು ಮತ್ತು ರೂಪಗಳು ಕಾಣಿಸಿಕೊಳ್ಳುತ್ತವೆ; ಅದು ಹೃದಯದಲ್ಲಿ ಉಳಿದುಕೊಂಡಾಗ, ಹೆಸರುಗಳು ಮತ್ತು ರೂಪಗಳು ಕಣ್ಮರೆಯಾಗುತ್ತವೆ. ಮನಸ್ಸನ್ನು ಹೊರಗೆ ಹೋಗಲು ಬಿಡದೆ, ಅದನ್ನು ಹೃದಯದಲ್ಲಿ ಉಳಿಸಿಕೊಳ್ಳುವುದೇ 'ಆಂತರ್ಯ' (ಅಂತರ್ಮುಖಿ) ಎಂದು ಕರೆಯಲ್ಪಡುತ್ತದೆ. ಮನಸ್ಸನ್ನು ಹೃದಯದಿಂದ ಹೊರಗೆ ಹೋಗಲು ಬಿಡುವುದನ್ನು 'ಬಾಹ್ಯೀಕರಣ' (ಬಹಿರ್ಮುಖಿ) ಎಂದು ಕರೆಯಲಾಗುತ್ತದೆ. ಹೀಗೆ, ಮನಸ್ಸು ಹೃದಯದಲ್ಲಿ ನೆಲೆಗೊಂಡಾಗ, ಎಲ್ಲಾ ಆಲೋಚನೆಗಳಿಗೆ ಮೂಲವಾದ 'ನಾನು' ಹೋಗುತ್ತದೆ ಮತ್ತು ಯಾವಾಗಲೂ ಇರುವ ಆತ್ಮವು ಪ್ರಕಾಶಿಸುತ್ತದೆ. ಏನೇ ಮಾಡಿದರೂ 'ನಾನು' ಎಂಬ

ಅಹಂಕಾರವಿಲ್ಲದೆ ಮಾಡಬೇಕು. ಆ ರೀತಿ ನಡೆದುಕೊಂಡರೆ ಎಲ್ಲರೂ ಶಿವನ (ದೇವರ) ಸ್ವರೂಪದಂತೆ ಕಾಣಿಸುತ್ತಾರೆ.

12. ಮನಸ್ಸನ್ನು ಸ್ತಬ್ಧಗೊಳಿಸಲು ಬೇರೆ ಮಾರ್ಗಗಳಿಲ್ಲವೇ?

ವಿಚಾರಣೆ ಹೊರತುಪಡಿಸಿ, ಯಾವುದೇ ಸಮರ್ಪಕ ಮಾರ್ಗಗಳಿಲ್ಲ. ಬೇರೆ ವಿಧಾನಗಳ ಮೂಲಕ ಮನಸ್ಸನ್ನು ನಿಯಂತ್ರಿಸಲು ಪ್ರಯತ್ನಿಸಿದರೆ, ಮನಸ್ಸು ನಿಯಂತ್ರಣದಲ್ಲಿರುವಂತೆ ಕಾಣುತ್ತದೆ, ಆದರೆ ಮತ್ತೆ ಮುಂದಕ್ಕೆ ಹೋಗುತ್ತದೆ. ಉಸಿರಾಟದ ನಿಯಂತ್ರಣದ ಮೂಲಕ, ಮನಸ್ಸು ಶಾಂತವಾಗುತ್ತದೆ; ಆದರೆ ಉಸಿರಾಟವು ನಿಯಂತ್ರಣದಲ್ಲಿರುವವರೆಗೆ ಮಾತ್ರ ಅದು ಶಾಂತವಾಗಿರುತ್ತದೆ ಮತ್ತು ಉಸಿರಾಟವು ಪುನರಾರಂಭವಾದಾಗ ಮನಸ್ಸು ಕೂಡ ಮತ್ತೆ ಚಲಿಸಲು ಪ್ರಾರಂಭಿಸುತ್ತದೆ ಮತ್ತು ಉಳಿದ ಅನಿಸಿಕೆಗಳಿಂದ ಪ್ರೇರೇಪಿಸಲ್ಪಟ್ಟಂತೆ ಅಲೆದಾಡುತ್ತದೆ. ಮನಸ್ಸು ಮತ್ತು ಉಸಿರು ಎರಡಕ್ಕೂ ಮೂಲ ಒಂದೇ. ಆಲೋಚನೆ, ವಾಸ್ತವವಾಗಿ, ಮನಸ್ಸಿನ ಸ್ವಭಾವ. 'ನಾನು' ಎಂಬ ಆಲೋಚನೆಯು ಮನಸ್ಸಿನ ಮೊದಲ ಆಲೋಚನೆಯಾಗಿದೆ; ಮತ್ತು ಅದು ಅಹಂಕಾರ. ಅಹಂಕಾರವು ಎಲ್ಲಿ ಹುಟ್ಟುತ್ತದೆಯೋ ಅಲ್ಲಿಂದ ಉಸಿರು ಕೂಡ ಹುಟ್ಟುತ್ತದೆ. ಆದ್ದರಿಂದ, ಮನಸ್ಸು ಶಾಂತವಾದಾಗ, ಉಸಿರಾಟವು ನಿಯಂತ್ರಿಸಲ್ಪಡುತ್ತದೆ ಮತ್ತು ಉಸಿರಾಟವನ್ನು ನಿಯಂತ್ರಿಸಿದಾಗ ಮನಸ್ಸು ಶಾಂತವಾಗುತ್ತದೆ. ಆದರೆ ಆಳವಾದ ನಿದ್ರೆಯಲ್ಲಿ, ಮನಸ್ಸು ಶಾಂತವಾಗಿದ್ದರೂ, ಉಸಿರು ನಿಲ್ಲುವುದಿಲ್ಲ. ಇದು ದೇವರ ಚಿತ್ತದಿಂದಾಗಿ, ದೇಹವನ್ನು ಸಂರಕ್ಷಿಸಬಹುದು ಮತ್ತು ಇತರ ಜನರು ಸತ್ತಿದೆ ಎಂಬ ಅನಿಸಿಕೆಗೆ ಒಳಗಾಗಬಾರದು. ಎಚ್ಚರದ ಸ್ಥಿತಿಯಲ್ಲಿ ಮತ್ತು ಸಮಾಧಿಯಲ್ಲಿ, ಮನಸ್ಸು ಶಾಂತವಾದಾಗ ಉಸಿರಾಟವನ್ನು ನಿಯಂತ್ರಿಸಲಾಗುತ್ತದೆ. ಉಸಿರಾಟವು ಮನಸ್ಸಿನ ಸ್ಥೂಲ ರೂಪವಾಗಿದೆ. ಸಾಯುವ ತನಕ, ಮನಸ್ಸು ದೇಹದಲ್ಲಿ

ಉಸಿರನ್ನು ಇಡುತ್ತದೆ; ಮತ್ತು ದೇಹವು ಸತ್ತಾಗ, ಮನಸ್ಸು ಅದರೊಂದಿಗೆ ಉಸಿರನ್ನು ತೆಗೆದುಕೊಳ್ಳುತ್ತದೆ. ಆದ್ದರಿಂದ, ಉಸಿರಾಟದ ನಿಯಂತ್ರಣದ ವ್ಯಾಯಾಮವು ಮನಸ್ಸನ್ನು ಶಾಂತಗೊಳಿಸಲು (ಮನೋನಿಗ್ರಹ) ಸಹಾಯವಾಗಿದೆ; ಅದು ಮನಸ್ಸನ್ನು ನಾಶ ಮಾಡುವುದಿಲ್ಲ (ಮನೋನಾಶ). ಉಸಿರಾಟದ ನಿಯಂತ್ರಣದ ಅಭ್ಯಾಸದಂತೆ, ದೇವರ ರೂಪಗಳ ಮೇಲೆ ಧ್ಯಾನ, ಮಂತ್ರಗಳ ಪುನರಾವರ್ತನೆ, ಆಹಾರದ ಮೇಲಿನ ನಿಬ೯ಂಧ ಇತ್ಯಾದಿಗಳು ಮನಸ್ಸನ್ನು ಶಾಂತಗೊಳಿಸಲು ಸಹಾಯ ಮಾಡುತ್ತದೆ. ದೇವರ ರೂಪಗಳ ಮೇಲಿನ ಧ್ಯಾನದ ಮೂಲಕ ಮತ್ತು ಮಂತ್ರಗಳ ಪುನರಾವರ್ತನೆಯ ಮೂಲಕ, ಮನಸ್ಸು ಏಕಮುಖಿವಾಗುತ್ತದೆ. ಮನಸ್ಸು ಸದಾ ಓಡಾಡುತ್ತಿರುತ್ತದೆ. ಆನೆಗೆ ಸರಪಳಿಯನ್ನು ಸೊಂಡಿಲಿನಲ್ಲಿ ಹಿಡಿಯಲು ಕೊಟ್ಟಾಗ ಅದು ಸರಪಳಿಯನ್ನು ಹಿಡಿದುಕೊಂಡು ಹೋಗುತ್ತದೆಯೇ ಹೊರತು ಬೇರೇನೂ ಅಲ್ಲ, ಹಾಗೆಯೇ ಮನಸ್ಸು ಹೆಸರು ಅಥವಾ ರೂಪದಿಂದ ಆಕ್ರಮಿಸಿಕೊಂಡಾಗ ಅದು ಅದನ್ನು ಮಾತ್ರ ಗ್ರಹಿಸುತ್ತದೆ. ಮನಸ್ಸು ಅಸಂಖ್ಯಾತ ಆಲೋಚನೆಗಳ ರೂಪದಲ್ಲಿ ವಿಸ್ತರಿಸಿದಾಗ, ಪ್ರತಿ ಆಲೋಚನೆಯು ದುರ್ಬಲವಾಗುತ್ತದೆ; ಆದರೆ ಆಲೋಚನೆಗಳು ಪರಿಹರಿಸಲ್ಪಟ್ಟಂತೆ ಮನಸ್ಸು ಏಕಮುಖಿ ಮತ್ತು ಬಲಶಾಲಿಯಾಗುತ್ತದೆ; ಅಂತಹ ಮನಸ್ಸಿಗೆ ಸ್ವಯಂ ವಿಚಾರಣೆ ಸುಲಭವಾಗುತ್ತದೆ. ಎಲ್ಲಾ ನಿಬ೯ಂಧಿತ ನಿಯಮಗಳಲ್ಲಿ, ಸಾತ್ತ್ವಿಕ ಆಹಾರವನ್ನು ಮಧ್ಯಮ ಪ್ರಮಾಣದಲ್ಲಿ ತೆಗೆದುಕೊಳ್ಳುವುದಕ್ಕೆ ಸಂಬಂಧಿಸಿದ್ದು ಉತ್ತಮವಾದದ್ದು; ಈ ನಿಯಮವನ್ನು ಪಾಲಿಸುವುದರಿಂದ ಮನಸ್ಸಿನ ಸಾತ್ತ್ವಿಕ ಗುಣವು ಹೆಚ್ಚಾಗುತ್ತದೆ ಮತ್ತು ಅದು ಆತ್ಮ ವಿಚಾರಣೆಗೆ ಸಹಾಯಕವಾಗುತ್ತದೆ.

13. ವಸ್ತುಗಳ ಉಳಿದ ಅನಿಸಿಕೆಗಳು (ಆಲೋಚನೆಗಳು) ಸಾಗರದ ಅಲೆಗಳಂತೆ ಅಂತ್ಯವಿಲ್ಲದಂತೆ ಗೋಚರಿಸುತ್ತವೆ. ಅವೆಲ್ಲ ಯಾವಾಗ ನಾಶವಾಗುವುದು?

ಆತ್ಮದ ಮೇಲಿನ ಧ್ಯಾನವು ಹೆಚ್ಚು ಹೆಚ್ಚು ಹೆಚ್ಚಾದಂತೆ, ಆಲೋಚನೆಗಳು ನಾಶವಾಗುತ್ತವೆ.

14. ಆದಿಯಿಲ್ಲದ ಕಾಲದಿಂದ ಬರುವ ವಸ್ತುಗಳ ಉಳಿದ ಅನಿಸಿಕೆಗಳನ್ನು ಪರಿಹರಿಸಲು ಮತ್ತು ಶುದ್ಧ ಆತ್ಮವಾಗಿ ಉಳಿಯಲು ಸಾಧ್ಯವೇ?

'ಇದು ಸಾಧ್ಯವೇ, ಇಲ್ಲವೇ?' ಎಂಬ ಸಂದೇಹಕ್ಕೆ ಮಣಿಯದೆ, ಆತ್ಮದ ಮೇಲಿನ ಧ್ಯಾನವನ್ನು ಸತತವಾಗಿ ಮಾಡಬೇಕು. ಮಹಾಪಾಪಿಯಾದರೂ ಚಿಂತಿಸದೆ 'ಓ! ನಾನು ಪಾಪಿ, ನಾನು ಹೇಗೆ ರಕ್ಷಿಸಲ್ಪಡುವೆ?' ಒಬ್ಬನು 'ನಾನೊಬ್ಬ ಪಾಪಿ' ಎಂಬ ಆಲೋಚನೆಯನ್ನು ಸಂಪೂರ್ಣವಾಗಿ ತ್ಯಜಿಸಬೇಕು ಮತ್ತು ಆತ್ಮದ ಧ್ಯಾನದಲ್ಲಿ ತೀವ್ರವಾಗಿ ಗಮನಹರಿಸಬೇಕು; ಆಗ, ಒಬ್ಬರು ಖಂಡಿತವಾಗಿಯೂ ಯಶಸ್ವಿಯಾಗುತ್ತಾರೆ. ಎರಡು ಮನಸ್ಸುಗಳಿಲ್ಲ - ಒಂದು ಒಳ್ಳೆಯದು ಮತ್ತು ಇನ್ನೊಂದು ಕೆಟ್ಟದು; ಮನಸ್ಸು ಮಾತ್ರ ಒಂದೇ. ಇದು ಉಳಿದಿರುವ ಅನಿಸಿಕೆಗಳು ಎರಡು ರೀತಿಯಲ್ಲಿರುತ್ತವೆ- ಶುಭ ಮತ್ತು ಅಶುಭ. ಮನಸ್ಸು ಮಂಗಳಕರ ಅನಿಸಿಕೆಗಳ ಪ್ರಭಾವಕ್ಕೆ ಒಳಗಾದಾಗ ಅದು ಒಳ್ಳೆಯದು ಎಂದು ಕರೆಯಲ್ಪಡುತ್ತದೆ; ಮತ್ತು ಅದು ಅಶುಭ ಅನಿಸಿಕೆಗಳ ಪ್ರಭಾವದಲ್ಲಿರುವಾಗ ಅದನ್ನು ಕೆಟ್ಟದ್ದು ಎಂದು ಪರಿಗಣಿಸಲಾಗುತ್ತದೆ. ಲೌಕಿಕ ವಸ್ತುಗಳ ಕಡೆಗೆ ಮತ್ತು ಇತರ ಜನರಿಗೆ ಸಂಬಂಧಿಸಿದ ವಿಷಯಗಳ ಕಡೆಗೆ ಮನಸ್ಸನ್ನು ಅಲೆದಾಡಲು ಬಿಡಬಾರದು. ಇತರ ಜನರು ಎಷ್ಟೇ ಕೆಟ್ಟವರಾಗಿದ್ದರೂ, ಅವರ ಬಗ್ಗೆ ಯಾವುದೇ

ದ್ವೇಷವನ್ನು ಹೊಂದಿರಬಾರದು. ಆಸೆ ಮತ್ತು ದ್ವೇಷ ಎರಡನ್ನೂ ತ್ಯಜಿಸಬೇಕು. ಒಬ್ಬನು ಇತರರಿಗೆ ಕೊಡುವ ಎಲ್ಲವನ್ನೂ ಒಬ್ಬನು ತನಗೆ ತಾನೇ ಕೊಟ್ಟುಕೊಳ್ಳುತ್ತಾನೆ. ಈ ಸತ್ಯವನ್ನು ಅರ್ಥಮಾಡಿಕೊಂಡರೆ ಯಾರು ಇತರರಿಗೆ ಕೊಡುವುದಿಲ್ಲ? ಒಬ್ಬರ ಆತ್ಮವು ಉದ್ಭವಿಸಿದಾಗ ಎಲ್ಲವೂ ಉದ್ಭವಿಸುತ್ತದೆ; ಒಬ್ಬರ ಆತ್ಮವು ಶಾಂತವಾದಾಗ ಎಲ್ಲವೂ ಶಾಂತವಾಗುತ್ತದೆ. ಎಷ್ಟರ ಮಟ್ಟಿಗೆ ನಾವು ವಿನಯದಿಂದ ವರ್ತಿಸುತ್ತೇವೋ ಅಷ್ಟರ ಮಟ್ಟಿಗೆ ಒಳ್ಳೆಯದಾಗುತ್ತದೆ. ಮನಸ್ಸನ್ನು ಶಾಂತಗೊಳಿಸಿದರೆ, ಒಬ್ಬರು ಎಲ್ಲಿ ಬೇಕಾದರೂ ಬದುಕಬಹುದು.

15. ವಿಚಾರಣೆಯನ್ನು ಎಷ್ಟು ಸಮಯದವರೆಗೆ ಅಭ್ಯಾಸ ಮಾಡಬೇಕು?

ಎಲ್ಲಿಯವರೆಗೆ ಮನಸ್ಸಿನಲ್ಲಿ ವಸ್ತುಗಳ ಅನಿಸಿಕೆಗಳಿವೆಯೋ ಅಲ್ಲಿಯವರೆಗೆ 'ನಾನು ಯಾರು?' ಎಂಬ ವಿಚಾರಣೆಯ ಅಗತ್ಯವಿದೆ. ಆಲೋಚನೆಗಳು ಉದ್ಭವಿಸಿದಂತೆ ಅವುಗಳನ್ನು ವಿಚಾರಣೆಯ ಮೂಲಕ ಅವುಗಳ ಮೂಲದ ಸ್ಥಳದಲ್ಲಿಯೇ ನಾಶಪಡಿಸಬೇಕು. ಒಬ್ಬನು ಅವಿರತವಾಗಿ ಆತ್ಮದ ಚಿಂತನೆಯನ್ನು ಆಶ್ರಯಿಸಿದರೆ, ಆತ್ಮವನ್ನು ಪಡೆಯುವವರೆಗೆ, ಅಷ್ಟು ಮಾತ್ರ ಸಾಕಾಗುತ್ತದೆ. ಕೋಟೆಯೊಳಗೆ ಶತ್ರುಗಳು ಇರುವವರೆಗೆ, ಅವರು ಮುಂದೆ ಸಾಗುತ್ತಲೇ ಇರುತ್ತಾರೆ; ಅವರು ಹೊರಹೊಮ್ಮುತ್ತಿದ್ದಂತೆ ನಾಶವಾದರೆ, ಕೋಟೆ ನಮ್ಮ ಕೈ ಸೇರುತ್ತದೆ.

16. ಆತ್ಮದ ಸ್ವರೂಪವೇನು?

ಸತ್ಯದಲ್ಲಿ ಇರುವುದು ಆತ್ಮ ಮಾತ್ರ. ಜಗತ್ತು, ವೈಯಕ್ತಿಕ ಆತ್ಮ ಮತ್ತು ದೇವರು ಅದರಲ್ಲಿ ಕಾಣಿಸಿಕೊಳ್ಳುತ್ತಾರೆ, ಮುತ್ತುಗಳ ತಾಯಿಯ ಬೆಳ್ಳಿಯಂತೆ; ಈ ಮೂರು

ಒಂದೇ ಸಮಯದಲ್ಲಿ ಕಾಣಿಸಿಕೊಳ್ಳುತ್ತವೆ ಮತ್ತು ಅದೇ ಸಮಯದಲ್ಲಿ ಕಣ್ಮರೆಯಾಗುತ್ತವೆ.

ಎಲ್ಲಿ ಸಂಪೂರ್ಣವಾಗಿ 'ನಾನು'-ಆಲೋಚನೆ ಇಲ್ಲವೋ ಅದು ಆತ್ಮ. ಅದಕ್ಕೆ 'ಮೌನ' ಎನ್ನುತ್ತಾರೆ. ಆತ್ಮವೇ ಜಗತ್ತು; ಆತ್ಮವೇ 'ನಾನು'; ಆತ್ಮವೇ ಸ್ವತಃ ದೇವರು; ಎಲ್ಲವು ಶಿವ, ಆತ್ಮ.

17. ಎಲ್ಲವೂ ದೇವರ ಕೆಲಸವಲ್ಲವೇ?

ಬಯಕೆ, ಸಂಕಲ್ಪ ಅಥವಾ ಪ್ರಯತ್ನವಿಲ್ಲದೆ, ಸೂರ್ಯ ಉದಯಿಸುತ್ತಾನೆ; ಮತ್ತು ಅದರ ಉಪಸ್ಥಿತಿಯಲ್ಲಿ, ಸೂರ್ಯಕಲ್ಲು ಬೆಂಕಿಯನ್ನು ಹೊರಸೂಸುತ್ತದೆ, ಕಮಲವು ಅರಳುತ್ತದೆ, ನೀರು ಆವಿಯಾಗುತ್ತದೆ, ಜನರು ತಮ್ಮ ವಿವಿಧ ಕಾರ್ಯಗಳನ್ನು ನಿರ್ವಹಿಸುತ್ತಾರೆ ಮತ್ತು ನಂತರ ವಿಶ್ರಾಂತಿ ಪಡೆಯುತ್ತಾರೆ. ಅಯಸ್ಕಾಂತದ ಉಪಸ್ಥಿತಿಯಲ್ಲಿ ಸೂಜಿಯು ಚಲಿಸುವಂತೆಯೇ, ಕೇವಲ ದೇವರ ಉಪಸ್ಥಿತಿಯಿಂದಾಗಿ ಮೂರು (ಬ್ರಹ್ಮಾಂಡ) ಕಾರ್ಯಗಳಿಂದ ಅಥವಾ ಪಂಚಮಯ ದೈವಿಕ ಚಟುವಟಿಕೆಗಳಿಂದ ನಿಯಂತ್ರಿಸಲ್ಪಡುವ ಆತ್ಮಗಳು ತಮ್ಮ ಕಾರ್ಯಗಳನ್ನು ನಿರ್ವಹಿಸುತ್ತವೆ ಮತ್ತು ನಂತರ ವಿಶ್ರಾಂತಿ ಪಡೆಯುತ್ತವೆ, ಆಯಾ ಕರ್ಮಗಳ ಕ್ರಮಕ್ಕೆ ಅನುಗುಣವಾಗಿ. ದೇವರಿಗೆ ಸಂಕಲ್ಪವಿಲ್ಲ; ಯಾವುದೇ ಕರ್ಮವು ಅವರಿಗೆ ಅಂಟಿಕೊಳ್ಳುವುದಿಲ್ಲ. ಅಂದರೆ ಲೌಕಿಕ ಕ್ರಿಯೆಗಳು ಸೂರ್ಯನ ಮೇಲೆ ಪರಿಣಾಮ ಬೀರದ ಹಾಗೆ, ಅಥವಾ ಇತರ ನಾಲ್ಕು ಅಂಶಗಳ ಅರ್ಹತೆ ಮತ್ತು ದೋಷಗಳು ಎಲ್ಲಾ-ವ್ಯಾಪಕ ಸ್ಥಳದ ಮೇಲೆ ಪರಿಣಾಮ ಬೀರದ ಹಾಗೆ.

18. ಭಕ್ತರಲ್ಲಿ ಯಾರು ಶ್ರೇಷ್ಠರು?

ದೇವರೆಂಬ ಆತ್ಮಕ್ಕೆ ತನ್ನನ್ನು ಒಪ್ಪಿಸುವವನು ಅತ್ಯುತ್ತಮ ಭಕ್ತ. ಒಬ್ಬರ ಆತ್ಮವನ್ನು ದೇವರಿಗೆ ಒಪ್ಪಿಸುವುದು ಎಂದರೆ ಆತ್ಮದ ಆಲೋಚನೆಗಳನ್ನು ಹೊರತುಪಡಿಸಿ ಯಾವುದೇ ಆಲೋಚನೆಗಳ ಉದಯಕ್ಕೆ ಅವಕಾಶ ನೀಡದೆ ನಿರಂತರವಾಗಿಆತ್ಮದಲ್ಲಿಉಳಿಯುವುದು.

ಭಗವಂತನ ಮೇಲೆ ಏನೇ ಹೊರೆ ಹಾಕಿದರೂ ಆತನು ಅವುಗಳನ್ನು ಹೊರುತ್ತಾನೆ. ಭಗವಂತನ ಪರಮ ಶಕ್ತಿಯು ಎಲ್ಲವನ್ನೂ ಚಲಿಸುವಂತೆ ಮಾಡುವುದರಿಂದ, ನಾವು ಅದಕ್ಕೆ ನಮ್ಮನ್ನು ಒಪ್ಪಿಸದೆ, ಏನು ಮಾಡಬೇಕು ಮತ್ತು ಹೇಗೆ ಮಾಡಬೇಕು, ಏನು ಮಾಡಬಾರದು ಮತ್ತು ಹೇಗೆ ಮಾಡಬಾರದು ಎಂಬ ಆಲೋಚನೆಗಳೊಂದಿಗೆ ನಿರಂತರವಾಗಿ ಚಿಂತಿಸುತ್ತಿರುವುದೇಕೆ? ರೈಲು ಎಲ್ಲಾ ಹೊರೆಗಳನ್ನು ಹೊತ್ತೊಯ್ಯುತ್ತದೆ ಎಂದು ನಮಗೆ ತಿಳಿದಿದೆ, ಆದ್ದರಿಂದ ಅದನ್ನು ಹತ್ತಿದ ನಂತರ ನಾವು ನಮ್ಮ ಸಣ್ಣ ಸಾಮಾನುಗಳನ್ನು ರೈಲಿನಲ್ಲಿ ಇಟ್ಟು ನಿರಾಳವಾಗಿ ಅನುಭವಿಸುವ ಬದಲು ನಮ್ಮ ತಲೆಯ ಮೇಲೆ ಏಕೆ ಸಾಗಿಸಿ ಅನಾನುಕೂಲತೆಯನ್ನು ಅನುಭವಿಸಬೇಕು?

19. ಅಲಿಪ್ತತೆ ಎಂದರೇನು?

ಆಲೋಚನೆಗಳು ಉದ್ಭವಿಸಿದಂತೆ, ಅವುಗಳ ಮೂಲದ ಸ್ಥಳದಲ್ಲಿ ಯಾವುದೇ ಶೇಷ ಉಳಿಸದಂತೆ ಅವುಗಳನ್ನು ಸಂಪೂರ್ಣವಾಗಿ ನಾಶಮಾಡುವುದು ಅಲಿಪ್ತತೆ. ಮುತ್ತು ಹುಡುಕುವವನು ತನ್ನ ಸೊಂಟಕ್ಕೆ ಕಲ್ಲನ್ನು ಕಟ್ಟಿಕೊಂಡು ಸಮುದ್ರದ ತಳದಲ್ಲಿ ಮುಳುಗಿ ಅಲ್ಲಿ ಮುತ್ತುಗಳನ್ನು ತೆಗೆದುಕೊಂಡು ಬರುವಂತೆ, ನಮ್ಮಲ್ಲಿ ಪ್ರತಿಯೊಬ್ಬರೂ ಅಲಿಪ್ತತೆಯಿಂದ ಕೂಡಿರಬೇಕು, ತನ್ನೊಳಗೆ ಧುಮುಕುವುದು ಮತ್ತು ಆತ್ಮ ಎನ್ನುವ ಮುತ್ತನ್ನು ಪಡೆಯುವುದು.

20. ದೇವರು ಮತ್ತು ಗುರುಗಳಿಂದ ಆತ್ಮವನ್ನು ವಿಮೋಚಿಸಲು ಸಾಧ್ಯವಿಲ್ಲವೇ?

ದೇವರು ಮತ್ತು ಗುರುಗಳು ಮುಕ್ತಿಯ ಮಾರ್ಗವನ್ನು ಮಾತ್ರ ತೋರಿಸುತ್ತಾರೆ; ಅವರು ಆತ್ಮವನ್ನು ವಿಮೋಚನೆಯ ಸ್ಥಿತಿಗೆ ಕೊಂಡೊಯ್ಯುವುದಿಲ್ಲ. ನಿಜವಾಗಿ ಹೇಳಬೇಕೆಂದರೆ ದೇವರು ಮತ್ತು ಗುರು ಬೇರೆ ಬೇರೆಯಲ್ಲ. ಹುಲಿಯ ದವಡೆಗೆ ಬಿದ್ದ ಬೇಟೆಗೆ ಪಾರವಿಲ್ಲದಂತೆ, ಗುರುವಿನ ಕೃಪಾದೃಷ್ಟಿಯ ಪರಿಧಿಯೊಳಗೆ ಬಂದವರು ಗುರುವಿನಿಂದ ರಕ್ಷಿಸಲ್ಪಡುತ್ತಾರೆ ಮತ್ತು ಕಳೆದುಹೋಗುವುದಿಲ್ಲ; ಆದರೂ, ಪ್ರತಿಯೊಬ್ಬರೂ ತಮ್ಮ ಸ್ವಂತ ಪ್ರಯತ್ನದಿಂದ ದೇವರು ಅಥವಾ ಗುರು ತೋರಿಸಿದ ಮಾರ್ಗವನ್ನು ಅನುಸರಿಸಬೇಕು ಮತ್ತು ಮುಕ್ತಿಯನ್ನು ಪಡೆಯಬೇಕು. ಒಬ್ಬನು ತನ್ನನ್ನು ತನ್ನ ಸ್ವಂತ ಜ್ಞಾನದ ಕಣ್ಣಿನಿಂದ ಮಾತ್ರ ತಿಳಿದುಕೊಳ್ಳಬಹುದು ಮತ್ತು ಬೇರೆಯವರಿಂದ ಅಲ್ಲ. ರಾಮನಾಗಿರುವವನು ರಾಮನೆಂದು ತಿಳಿಯಲು ಕನ್ನಡಿಯ ಸಹಾಯ ಬೇಕೇ?

21. ವಿಮೋಚನೆಗಾಗಿ ಹಂಬಲಿಸುವವನು ವರ್ಗಗಳ (ತತ್ತ್ವ) ಸ್ವರೂಪವನ್ನು ವಿಚಾರಿಸುವುದು ಅಗತ್ಯವೇ?

ಹೇಗೆ ಕಸವನ್ನು ಎಸೆಯಲು ಬಯಸುವವನು ಅದನ್ನು ವಿಶ್ಲೇಷಿಸುವ ಮತ್ತು ಅದು ಏನೆಂದು ನೋಡುವ ಅಗತ್ಯವಿಲ್ಲ, ಹಾಗೆಯೇ ಆತ್ಮವನ್ನು ತಿಳಿದುಕೊಳ್ಳಲು ಬಯಸುವವನು ವರ್ಗಗಳ ಸಂಖ್ಯೆಯನ್ನು ಎಣಿಸುವ ಅಥವಾ ಅವುಗಳ ಗುಣಲಕ್ಷಣಗಳನ್ನು ವಿಚಾರಿಸುವ ಅಗತ್ಯವಿಲ್ಲ; ಅವನು ಮಾಡಬೇಕಾಗಿರುವುದು ಆತ್ಮವನ್ನು ಮರೆಮಾಡುವ ವರ್ಗಗಳನ್ನು ಸಂಪೂರ್ಣವಾಗಿ ತಿರಸ್ಕರಿಸುವುದು. ಜಗತ್ತನ್ನು ಕನಸಿನಂತೆ ಪರಿಗಣಿಸಬೇಕು.

22. ಎಚ್ಚರಕ್ಕೂ ಕನಸಿಗೂ ವ್ಯತ್ಯಾಸವಿಲ್ಲವೇ?

ಎಳುವುದು ದೀರ್ಘ ಮತ್ತು ಕನಸು ಚಿಕ್ಕದಾಗಿದೆ; ಇದನ್ನು ಹೊರತುಪಡಿಸಿ ಯಾವುದೇ ವ್ಯತ್ಯಾಸವಿಲ್ಲ. ಎಚ್ಚರವಿದ್ದಾಗ ನಡೆಯುವ ಘಟನೆಗಳು ನಿಜವಾಗಿ ತೋರುವಂತೆಯೇ, ಕನಸು ಕಾಣುತ್ತಿರುವಾಗ ಕನಸಿನಲ್ಲಿದ್ದವರಿಗೆ ಸಹ ಹಾಗೆ ಅನ್ನಿಸುತ್ತದೆ. ಕನಸಿನಲ್ಲಿ ಮನಸ್ಸು ಮತ್ತೊಂದು ದೇಹವನ್ನು ತೆಗೆದುಕೊಳ್ಳುತ್ತದೆ. ಎಚ್ಚರ ಮತ್ತು ಕನಸಿನ ಎರಡೂ ಸ್ಥಿತಿಗಳಲ್ಲಿ ಆಲೋಚನೆಗಳು, ಹೆಸರುಗಳು ಮತ್ತು ರೂಪಗಳು ಏಕಕಾಲದಲ್ಲಿ ಸಂಭವಿಸುತ್ತವೆ.

23. ವಿಮೋಚನೆಗಾಗಿ ಹಂಬಲಿಸುವವರಿಗೆ ಪುಸ್ತಕಗಳನ್ನು ಓದುವುದರಿಂದ ಏನಾದರೂ ಪ್ರಯೋಜನವಿದೆಯೇ?

ವಿಮೋಚನೆಯನ್ನು ಪಡೆಯಲು ಒಬ್ಬನು ಮನಸ್ಸನ್ನು ಶಾಂತಗೊಳಿಸಬೇಕು ಎಂದು ಎಲ್ಲಾ ಪಠ್ಯಗಳು ಹೇಳುತ್ತವೆ; ಆದ್ದರಿಂದ ಅವರ ನಿರ್ಣಾಯಕ ಬೋಧನೆಯು ಏನೆಂದರೆ ಮನಸ್ಸನ್ನು ಶಾಂತಗೊಳಿಸಬೇಕು; ಇದನ್ನು ಅರ್ಥಮಾಡಿಕೊಂಡ ನಂತರ ಅಂತ್ಯವಿಲ್ಲದ ಓದಿನ ಅಗತ್ಯವಿಲ್ಲ. ಮನಸ್ಸನ್ನು ಶಾಂತಗೊಳಿಸಲು, ಒಬ್ಬನು ತನ್ನ ಆತ್ಮ ಏನೆಂದು ತನ್ನೊಳಗೆ ವಿಚಾರಿಸಿಕೊಳ್ಳಬೇಕು; ಈ ಹುಡುಕಾಟವನ್ನು ಪುಸ್ತಕಗಳಲ್ಲಿ ಹೇಗೆ ಮಾಡಬಹುದು? ಒಬ್ಬನು ತನ್ನ ಸ್ವಂತ ಬುದ್ಧಿವಂತಿಕೆಯ ಕಣ್ಣಿಂದ ತನ್ನ ಆತ್ಮವನ್ನು ತಿಳಿದುಕೊಳ್ಳಬೇಕು. ಆತ್ಮವು ಐದು ಪೊರೆಗಳೊಳಗೆ ಇದೆ; ಆದರೆ ಪುಸ್ತಕಗಳು ಅವುಗಳ ಹೊರಗಿವೆ. ಐದು ಕವಚಗಳನ್ನು ತ್ಯಜಿಸಿ ಆತ್ಮವನ್ನು ವಿಚಾರಿಸಬೇಕಾಗಿರುವುದರಿಂದ ಅದನ್ನು ಪುಸ್ತಕಗಳಲ್ಲಿ ಹುಡುಕುವುದು ವ್ಯರ್ಥ. ಕಲಿತದ್ದನ್ನೆಲ್ಲ ಮರೆಯಬೇಕಾದ ಕಾಲ ಬರುತ್ತದೆ.

24. ಸಂತೋಷ ಎಂದರೇನು?

ಸಂತೋಷವು ಸ್ವಯಂ ಸ್ವಭಾವವಾಗಿದೆ; ಸಂತೋಷ ಮತ್ತು ಆತ್ಮವು ವಿಭಿನ್ನವಾಗಿಲ್ಲ. ಜಗತ್ತಿನ ಯಾವ ವಸ್ತುವಿನಲ್ಲಿಯೂ ಸುಖವಿಲ್ಲ. ವಸ್ತುಗಳಿಂದ ನಾವು ಸಂತೋಷವನ್ನು ಪಡೆಯುತ್ತೇವೆ ಎಂದು ನಮ್ಮ ಅಜ್ಞಾನದ ಮೂಲಕ ನಾವು ಊಹಿಸುತ್ತೇವೆ. ಮನಸ್ಸು ಹೊರಗೆ ಹೋದಾಗ ಅದು ದುಃಖವನ್ನು ಅನುಭವಿಸುತ್ತದೆ. ಸತ್ಯದಲ್ಲಿ, ತನ್ನ ಆಸೆಗಳು ಪೂರ್ಣಗೊಂಡಾಗ, ಅದು ತನ್ನ ಸ್ವಂತ ಸ್ಥಳಕ್ಕೆ ಹಿಂದಿರುಗುತ್ತದೆ ಮತ್ತು ಆತ್ಮದ ಸಂತೋಷವನ್ನು ಅನುಭವಿಸುತ್ತದೆ. ಹಾಗೆಯೇ, ನಿದ್ರೆ, ಸಮಾಧಿ ಮತ್ತು ಮೂರ್ಛೆ ಸ್ಥಿತಿಗಳಲ್ಲಿ ಮತ್ತು ಬಯಸಿದ ವಸ್ತುವನ್ನು ಪಡೆದಾಗ ಅಥವಾ ಇಷ್ಟಪಡದ ವಸ್ತುವನ್ನು ತೆಗೆದುಹಾಕಿದಾಗ, ಮನಸ್ಸು ಒಳಮುಖವಾಗಿ ತಿರುಗುತ್ತದೆ ಮತ್ತು ಶುದ್ಧವಾದ ಆತ್ಮದ ಸಂತೋಷವನ್ನು ಅನುಭವಿಸುತ್ತದೆ. ಹೀಗೆ ಮನಸ್ಸು ವಿಶ್ರಮಿಸದೆ ಚಲಿಸುತ್ತದೆ ಪರ್ಯಾಯವಾಗಿ ಆತ್ಮದಿಂದ ಹೊರಗೆ ಹೋಗಿ ಅದರೆಡೆಗೆ ಮರಳುತ್ತದೆ. ಮರದ ಕೆಳಗೆ ನೆರಳು ಆಹ್ಲಾದಕರವಾಗಿರುತ್ತದೆ; ತೆರೆದ ಸ್ಥಳದಲ್ಲಿ ಶಾಖವು ಸುಡುತ್ತಿದೆ. ಬಿಸಿಲಿನಲ್ಲಿ ಸುತ್ತಾಡಿದ ವ್ಯಕ್ತಿ ನೆರಳನ್ನು ತಲುಪಿದಾಗ ತಂಪನ್ನು ಅನುಭವಿಸುತ್ತಾನೆ. ಯಾರು ನೆರಳಿನಿಂದ ಬಿಸಿಲಿಗೆ ಮತ್ತು ನಂತರ ಮತ್ತೆ ನೆರಳಿಗೆ ಹೋಗುವುದನ್ನು ಮುಂದುವರಿಸುತ್ತಾನೋ ಅವನು ಮೂರ್ಖ. ಬುದ್ಧಿವಂತ ವ್ಯಕ್ತಿಯು ನೆರಳಿನಲ್ಲಿ ಶಾಶ್ವತವಾಗಿ ಉಳಿಯುತ್ತಾನೆ. ಹಾಗೆಯೇ ಸತ್ಯವನ್ನು ತಿಳಿದವನ ಮನಸ್ಸು ಬ್ರಹ್ಮವನ್ನು ಬಿಡುವುದಿಲ್ಲ. ಅಜ್ಞಾನಿಗಳ ಮನಸ್ಸು, ಇದಕ್ಕೆ ವಿರುದ್ಧವಾಗಿ, ಪ್ರಪಂಚದಲ್ಲಿ ಸುತ್ತುತ್ತದೆ, ದುಃಖವನ್ನು ಅನುಭವಿಸುತ್ತದೆ ಮತ್ತು ಸ್ವಲ್ಪ ಸಮಯದವರೆಗೆ ಆನಂದವನ್ನು ಅನುಭವಿಸಲು ಬ್ರಹ್ಮನ ಕಡೆಗೆ ಹಿಂತಿರುಗುತ್ತದೆ. ವಾಸ್ತವವಾಗಿ, ಜಗತ್ತು ಎಂದು ಕರೆಯಲ್ಪಡುವುದು ಕೇವಲ ಆಲೋಚನೆ. ಪ್ರಪಂಚವು ಕಣ್ಮರೆಯಾದಾಗ, ಅಂದರೆ, ಯಾವುದೇ ಆಲೋಚನೆಯಿಲ್ಲದಿದ್ದಾಗ, ಮನಸ್ಸು ಸಂತೋಷವನ್ನು

ಅನುಭವಿಸುತ್ತದೆ; ಮತ್ತು ಯಾವಾಗ ಜಗತ್ತು ಕಾಣಿಸಿಕೊಳ್ಳುತ್ತದೆ, ಅದು ದುಃಖಿದವನ್ನು ಅನುಭವಿಸುತ್ತದೆ.

25. ಜ್ಞಾನದ-ಒಳನೋಟ (ಜ್ಞಾನ ದೃಷ್ಟಿ) ಎಂದರೇನು?

ಮೌನವಾಗಿರುವುದನ್ನು ಜ್ಞಾನದ ಒಳನೋಟ ಎಂದು ಕರೆಯಲಾಗುತ್ತದೆ. ಶಾಂತವಾಗಿರುವುದು ಎಂದರೆ ಮನಸ್ಸನ್ನು ಆತ್ಮದಲ್ಲಿ ಸೇರಿಸುವುದು. ಟೆಲಿಪತಿ, ಹಿಂದಿನ, ವರ್ತಮಾನ ಮತ್ತು ಭವಿಷ್ಯದ ಘಟನೆಗಳನ್ನು ತಿಳಿದುಕೊಳ್ಳುವುದು ಮತ್ತು ದಿವ್ಯದೃಷ್ಟಿ ಜ್ಞಾನದ-ಒಳನೋಟವನ್ನು ರೂಪಿಸುವುದಿಲ್ಲ.

26. ಅಪೇಕ್ಷೆಯಿಲ್ಲದಿರುವಿಕೆ ಮತ್ತು ಜ್ಞಾನದ ನಡುವಿನ ಸಂಬಂಧವೇನು?

ಅಪೇಕ್ಷೆಯಿಲ್ಲದಿರುವುದು ಜ್ಞಾನ. ಇವೆರಡೂ ಬೇರೆ ಬೇರೆ ಅಲ್ಲ; ಅವೆಲ್ಲ ಒಂದೇ. ಅಪೇಕ್ಷೆಯಿಲ್ಲದಿರುವುದು ಎಂದರೆ ಯಾವುದೇ ವಸ್ತುವಿನ ಕಡೆಗೆ ಮನಸ್ಸು ತಿರುಗದಂತೆ ತಡೆಯುವುದು. ಜ್ಞಾನ ಎಂದರೆ ಯಾವುದೇ ವಸ್ತುವಿನ ಕಾಣಿಸುವಿಕೆ ಇಲ್ಲದಿರುವುದು. ಬೇರೆ ರೀತಿಯಲ್ಲಿ ಹೇಳುವುದಾದರೆ, ಆತ್ಮಕ್ಕಿಂತ ಬೇರೆ ಯಾವುದನ್ನು ಹುಡುಕದಿರುವುದು ನಿರ್ಲಿಪ್ತತೆ ಅಥವಾ ಬಯಕೆಯಿಲ್ಲದಿರುವುದು; ಆತ್ಮವನ್ನು ಬಿಡದಿರುವುದು ಜ್ಞಾನ.

27. ವಿಚಾರಣೆ ಮತ್ತು ಧ್ಯಾನದ ನಡುವಿನ ವ್ಯತ್ಯಾಸವೇನು?

ವಿಚಾರಣೆಯು ಮನಸ್ಸನ್ನು ಆತ್ಮದಲ್ಲಿ ಉಳಿಸಿಕೊಳ್ಳುವಲ್ಲಿ ಒಳಗೊಂಡಿದೆ. ಧ್ಯಾನವು ತನ್ನ ಆತ್ಮವೇ ಬ್ರಹ್ಮವು, ಅಸ್ತಿತ್ವ-ಪ್ರಜ್ಞೆ-ಆನಂದ ಎಂದು ಯೋಚಿಸುವುದರಲ್ಲಿಒಳಗೊಂಡಿದೆ.

28. ವಿಮೋಚನೆ ಎಂದರೇನು?

ಬಂಧನದಲ್ಲಿರುವ ತನ್ನ ಆತ್ಮದ ಸ್ವರೂಪವನ್ನು ವಿಚಾರಿಸಿ, ತನ್ನ ನಿಜ ಸ್ವರೂಪವನ್ನು ಅರಿತುಕೊಳ್ಳುವುದೇ ಮುಕ್ತಿ.

ಐ ಎಸ್ ಬಿ ಎನ್ ಸಂಖ್ಯೆಯೊಂದಿಗೆ ಶೀರ್ಷಿಕೆಗಳ ಪಟ್ಟಿ.

ಐ ಎಸ್ ಬಿ ಎನ್	ಶೀರ್ಷಿಕೆ
9788194914129	1984
9789390575220	1984 & ಅನಿಮಲ್ ಫಾರ್ಮ್ (2 ಇನ್ 1)
9789390575572	1984 & ಅನಿಮಲ್ ಫಾರ್ಮ್ (2 ಇನ್ 1): ದಿ ಇಂಟರ್ನ್ಯಾಷನಲ್ ಬೆಸ್ಟ್ ಸೆಲ್ಲಿಂಗ್ ಕ್ಲಾಸಿಕ್ಸ್
9789390575848	35 ಸೊನ್ನೆಟ್ಸ್
9789390575329	ಎ ಕ್ಲರ್ಗಿಮನ್'ಸ್ ಡಾಟರ್
9789390575923	ಎ ಸ್ಟಡಿ ಇನ್ ಸ್ಕಾರ್ಲೆಟ್
9789390896097	ಎ ಟೇಲ್ ಆಫ್ ಟೂ ಸಿಟೀಸ್
9789390896837	ಅಬ್ರೈಡ್ ಇನ್ ಕ್ರೈಸ್ಟ
9789390896202	ಅಬ್ರಹಾಂ ಲಿಂಕನ್
9789390896912	ಯಾಬ್ಸುಲೂಟ್ ಸರೆಂಡರ್
9789390896608	ಆಫ್ರಿಕನ್ ಅಮೆರಿಕನ್ ಕ್ಲಾಸಿಕ್ ಕಲೆಕ್ಷನ್
9789390575305	ಆಲ್ಡಸ್ ಹಕ್ಸ್ಲೆ : ದಿ ಕಲೆಕ್ಟೆಡ್ ವರ್ಕ್ಸ್

9789390896141	ಯಾನ್ ಆಟೋಬಯಾಗ್ರಫಿ ಆಫ್ ಎಂ. ಕೆ. ಗಾಂಧಿ
9789390575886	ಅನಿಮಲ್ ಫಾರ್ಮ್
9789390575619	ಅನಿಮಲ್ ಫಾರ್ಮ್ & ದಿ ಗ್ರೇಟ್ ಗಾಟ್ಸ್‌ಬಿ (2ಇನ್1)
9789390575626	ಅನಿಮಲ್ ಫಾರ್ಮ್ & ವೀ
9789390896158	ಯಾನ್ನ ಕರೆನಿನಾ
9789390575534	ಆಂಟಿಕ್ ಹೇ
9789390896165	ಆಂಟೋನಿ & ಕ್ಲಿಯೋಪಾತ್ರ
9789390896172	ಯಾಸ್ ಐ ಲೇ ಡೈಯಿಂಗ್
9789390896226	ಯಾಸ್ ಯು ಲೈಕ್ ಇಟ್
9789390575671	ಅಟ್ ಯುವರ್ ಕಮಾಂಡ್
9789390575350	ಅವಕನೆಡ್ ಇಮ್ಯಾಜಿನೇಶನ್
9789390575114	ಬಿ ವಾಟ್ ಯು ವಿಶ್
9789390896233	ಬಿಲೀವ್ ಇನ್ ಯುವರ್ಸೆಲ್ಫ್
9789390896998	ಬೆಸ್ಟ್ ಆಫ್ ಚಾಲ್ಸ್‌ರ್ ಡಾರ್ವಿನ್: ದಿ ಆರಿಜಿನ್

	ಆಫ್ ಸ್ಪೀಸೀಸ್ & ಆಟೋಬಯಾಗ್ರಫಿ
9789390896684	ಬೆಸ್ಟ್ ಆಫ್ ಹಾರರ್ : ಡ್ರಾಕುಲಾ ಅಂಡ್ ಫ್ರಾಂಕೆನ್ಸ್ಟೆಯಿನ್
9789390575503	ಬೆಸ್ಟ್ ಆಫ್ ಮಾರ್ಕ್ ಟ್ವೈನ್ (ದಿ ಅಡವೆಂಟ್ಸರ್ಸ್ ಆಫ್ ಟಾಮ್ ಸಾಯರ್ ಅಂಡ್ ದಿ ಅಡವೆಂಟ್ಸರ್ಸ್ ಆಫ್ ಹಕ್ಲ್ಬೆರಿ ಫಿನ್
9789390896769	ಬ್ಲಾಕ್ ಹಿಸ್ಟರಿ ಕಲೆಕ್ಟನ್
9789390575756	ಬ್ರೇವ್ ನ್ಯೂ ವರ್ಲ್ಡ್, ಅನಿಮಲ್ ಫಾರ್ಮ್ & 1984 (3 ಇನ್ 1)
9789390896240	ಬ್ರದರ್ ಕರಾಂಝ್ಯೋವ್
9789390575053	ಬುಲ್ಲೆಹ್ ಶಾಹ್ ಪೊಯೆಟ್ರಿ
9789390575725	ಬರ್ಮೀಸ್ ಡೇಸ್
9789390896257	ಬುಷಿಡೊ
9789390896066	ಕಾಂಟ್ ಹರ್ಟ್ ಮೇ
9788194914112	ಚಾಣಕ್ಯ ನೀತಿ: ವಿಥ್ ದಿ ಕಂಪ್ಲೀಟ್ ಸೂತ್ರಾಸ್
9789390896042	ಕ್ರೈಂ ಅಂಡ್ ಪನಿಶ್ಮೆಂಟ್

9789390575527	ಕ್ರೋಮ್ ಯಲ್ಲೋ
9789390575046	ಡೌನ್ ಅಂಡ್ ಔಟ್ ಇನ್ ಪ್ಯಾರಿಸ್ ಅಂಡ್ ಲಂಡನ್
9789390896844	ಡ್ರಾಕುಲಾ
9789390575442	ಎಮೆರ್ಸನ್ಸ್ ಎಸ್ಸಯ್ಸ್: ದಿ ಕಂಪ್ಲೀಟ್ ಫಸ್ಟ್ & ಸೆಕೆಂಡ್ ಸೀರೀಸ್ (ಸೆಲ್ಫ್-ರಿಲಯನ್ಸ್ & ಅಧರ್ ಎಸ್ಸಯ್ಸ್)
9789390575749	ಎಮ್ಮಾ
9789390575817	ಯಿಸ್ಸೆನ್ಸಿಯಲ್ ತೋಜರ್ ಕಲೆಕ್ಷನ್ - ದಿ ಪಸ್ರ್ಯೂಟ್ ಆಫ್ ಗಾಡ್ & ದಿ ಪರ್ಪಸ್ ಆಫ್ ಮ್ಯಾನ್
9789390896578	ಫಾಸ್ಸಿಸ್ಮ್ ವಾಟ್ ಇಟ್ ಇಸ್ ಅಂಡ್ ಹೌ ಟು ಫೈಟ್ ಇಟ್
9789390575688	ಫೀಲಿಂಗ್ ಇಸ್ ದಿ ಸೀಕ್ರೆಟ್
9789390575190	ಫೈವ್ ಲೆಸೆನ್ಸ್
9789390575954	ಫ್ರಾಂಕೆನ್ಸ್ಟಯಿನ್

9789390575237	ಫ್ರಾಂಜ್ ಕಾಫ್ಕ : ಕಲೆಕ್ಟೆಡ್ ವರ್ಕ್ಸ್
9789390575282	ಫ್ರಾಂಜ್ ಕಾಫ್ಕ: ಶಾರ್ಟ್ ಸ್ಟೋರೀಸ್
9789390575060	ಜಾರ್ಜ್ ಆರ್ವೆಲ್ ಕಲೆಕ್ಟೆಡ್ ವರ್ಕ್ಸ್
9789390575077	ಜಾರ್ಜ್ ಆರ್ವೆಲ್ ಎಸ್ಸ್ಯಸ್
9789390575213	ಜಾರ್ಜ್ ಆರ್ವೆಲ್ ಪೊಯೆಮ್ಸ್
9788194914150	ಗ್ರೇಟೆಸ್ಟ್ ಪೊಯೆಟ್ರಿ ಎವರ್ ರಿಟ್ಟನ್ ವಾಲ್ 1
9788194914143	ಗ್ರೇಟೆಸ್ಟ್ ಪೊಯೆಟ್ರಿ ಎವರ್ ರಿಟ್ಟನ್ ವಾಲ್ 1
9789390896301	ಗುಲ್ಲಿವರ್ ಟ್ರಾವೆಲ್
9789390575961	ಗುನಾಹೊ ಕ ದೇವತಾ
9789390575893	ಎಚ್.ಪಿ. ಲೊವ್ಬ್ಯಾಫ್ಟ್ ಸೆಲೆಕ್ಟೆಡ್ ಸ್ಟೋರೀಸ್ ವಾಲ್ 1
9789390575978	ಎಚ್. ಪಿ. ಲೊವ್ಬ್ಯಾಫ್ಟ್ ಸೆಲೆಕ್ಟೆಡ್ ಸ್ಟೋರೀಸ್ ವಾಲ್ 2
9789390896059	ಹ್ಯಾಮ್ಲೆಟ್
9789390575022	ಫುಸ್ ಲಾಸ್ಟ್ ಬೋ: ಸಮ್ ರೆಮಿನಿಸ್ ಆಫ್ ಷರ್ಲಾಕ್ ಹೊಲ್

9789390896134	ಹಿಸ್ಟರಿ ಆಫ್ ವೆಸ್ಟರ್ನ್ ಫಿಲಾಸಫಿ
9789390575121	ಹೊಮೇಜ್ ಟು ಕಟಾಲೋನಿಯ
9789390896219	ಹೌ ಟು ಡೆವೆಲೊಪ್ ಸೆಲ್ಫ್-ಕಾನ್ಫಿಡೆನ್ಸ್ ಅಂಡ್ ಇಂಪ್ರೂವ್ ಪಬ್ಲಿಕ್ ಸ್ಪೀಕಿಂಗ್
9789390896295	ಹೌ ಟು ಎಂಜಾಯ್ ಯುವರ್ ಲೈಫ್ ಅಂಡ್ ಯುವರ್ ಜಾಬ್
9789390575633	ಹೌ ಟು ಓನ್ ಯುವರ್ ಓನ್ ಮೈಂಡ್
9789390896318	ಹೌ ಟು ರೀಡ್ ಹ್ಯೂಮನ್ ನೇಚರ್
9789390896325	ಹೌ ಟು ಸೆಲ್ ಯುವರ್ ವೆ ಥ್ರೂ ದಿ ಲೈಫ್
9789390896370	ಹೌ ಟು ಯೂಸ್ ದಿ ಲಾಸ್ ಆಫ್ ಮೈಂಡ್
9789390896387	ಹೌ ಟು ಯೂಸ್ ದಿ ಪವರ್ ಆಫ್ ಪ್ರೇಯರ್
9789390896028	ಹೌ ಟು ವಿನ್ ಫ್ರೆಂಡ್ಸ್ & ಇನ್ಫ್ಲುಯೆನ್ಸ್ ಪೀಪಲ್·
9788194824176	ಹೌ ಟು ವಿನ್ ಫ್ರೆಂಡ್ಸ್ ಅಂಡ್ ಇನ್ಫ್ಲುಯೆನ್ಸ್ ಪೀಪಲ್
9789390896103	ಹುಮಿಲಿಟಿ ದಿ ಬ್ಯೂಟಿ ಆಫ್ ಹೋಲಿನೆಸ್
9789390896653	ಇಂಪೀರಿಯಲಿಸಮ್ ದಿ ಹೈಯಸ್ಟ್ ಸ್ಟೇಜ್ ಆಫ್ ಕ್ಯಾಪಿಟಲಿಸಂ

9789390575084	ಇನ್ ಅವರ್ ಟೈಮ್
9789390575169	ಇನ್ ಅವರ್ ಟೈಮ್ & ಥ್ರೀ ಸ್ಟೋರೀಸ್ ಅಂಡ್ ಟೆನ್ ಪೊಯೆಮ್ಸ್
9789390575145	ಜೇಮ್ಸ್ ಅಲೆನ್: ದಿ ಕಲೆಕ್ಟೆಡ್ ವರ್ಕ್ಸ್
9789390896189	ಜೀಸಸ್ ಹಿಂಸೆಲ್ಫ್
9789390575480	ಜೋ'ಸ್ ಬಾಯ್ಸ್
9789390896394	ಜೂಲಿಯಸ್ ಸೀಸರ್
9789390575404	ಕೀಫ್ ದಿ ಅಸ್ಪಿಡಿಸ್ತ್ರ ಫ್ಲೈಯಿಂಗ್
9789390896400	ಕಿಡ್ನಾಪ್ಡ್
9789390896424	ಕಿಂಗ್ ಲಿಯರ್
9789390575824	ಲೇಡಿ ಸೂಸನ್
9789390896455	ಲಾ ಆಫ್ ಸಕ್ಸಸ್
9789390896264	ಲಿಂಕನ್ ದಿ ಅನ್ನೋನ್
9789390575565	ಲಿಟಲ್ ಮೆನ್
9789390575640	ಲಿಟಲ್ ವಿಮೆನ್
9788194914174	ಲಾಸ್ಟ್ ಹೊರೈಜನ್

9789390896462	ಮ್ಯಾಕ್ಬೆತ್
9789390896929	ಮ್ಯಾನ್ ಈಟರ್ಸ್ ಆಫ್ ಕುಮಾವ್ನ್
9789390896523	ಮ್ಯಾನ್ ದಿ ದ್ವೇಲ್ಲಿಂಗ್ ಪ್ಲೇಸ್ ಆಫ್ ಗಾಡ್
9789390896349	ಮ್ಯಾನ್ ದಿ ದ್ವೇಲ್ಲಿಂಗ್ ಪ್ಲೇಸ್ ಆಫ್ ಗಾಡ್
9789390575909	ಮ್ಯಾನ್ಸ್ಟೆಲ್ಡ್ ಪಾರ್ಕ್
9788194914136	ಮಂಟೋ ಕಿ 25 ಸರ್ವ್ಶ್ರೇಷ್ಟ ಕಹಾನಿಯಾ
9789390896509	ಮಾರ್ಕ್ಸಿಸಂ, ಅನರ್ಚಿಸ್ಮ್, ಕಂಮ್ಯುನಿಸ್ಮ್
9789390575664	ಮ್ಯಾಥಮೆಟಿಕಲ್ ಪ್ರಿನ್ಸಿಪಲ್ಸ್ ಆಫ್ ನ್ಯಾಚುರಲ್ ಫಿಲಾಸಫಿ
9788194914198	ಮೆಡಿಟೇಷನ್ಸ್
9789390575800	ಮೇಯ್ನ್ ಕಂಪ್ಫ್
9789390575794	ಮೆಮೊರಿ ಹೌ ಟು ಡೆವೆಲೊಪ್, ಟ್ರೈನ್, ಅಂಡ್ ಉಸ್ ಇಟ್
9789390896486	ಮೈಂಡ್ ಪವರ್
9789390896585	ಮನಿ
9789390575039	ಮೋರ್ಟೆಲ್ ಕೊಯಿಲ್ಸ್

9789390575770	ಮೈ ಲೈಫ್ ಅಂಡ್ ವರ್ಕ್
9789390896035	ನೆರೇಟಿವ್ ಆಫ್ ದಿ ಲೈಫ್ ಆಫ್ ಫ್ರೆಡೆರಿಕ್ ದೌಗ್ಲಾಸ್
9789390575152	ನೆವಿಲ್ಲ್ ಗೊಡ್ಡಾರ್ಡ್ : ದಿ ಕಲೆಕ್ಟೆಡ್ ವರ್ಕ್ಸ್
9789390575985	ನೋರಥಾಂಗೇರ್ ಅಬ್ಬೆ
9789390896530	ನೋಟ್ಸ್ ಫ್ರಮ್ ಅಂಡಗ್ರೌಂಡ್
9789390896547	ಆಲಿವರ್ ಟ್ವಿಸ್ಟ
9789390575459	ಆನ್ ವಾರ್
9789390575541	ಒನ್, ನನ್ ಅಂಡ್ ಎ ಹಂಡ್ರೆಡ್ ಥೌಸಂಡ್
9789390896554	ಒಥೆಲೋ
9789390575435	ಔಟ್ ಒಫ್ ದಿಸ್ ವರ್ಲ್ಡ್
9789390575015	ಪೆರ್ಸುಆಷನ್
9789390575510	ಪ್ರೇಯರ್ ದಿ ಆರ್ಟ್ ಆಫ್ ಬಿಲಿವಿಂಗ್
9789390575091	ಪ್ರೈಡ್ ಅಂಡ್ ಪ್ರಿಜುಡೀಸ್
9789390896561	ಸೈಕಿಕ್ ಪರ್ಸೆಪ್ಶನ್
9789390575381	ರಬಿನ್ದ್ರನಾಥ್ ಟಾಗೋರ್ - 5 ಬೆಸ್ಟ ಶಾರ್ಟ್

	ಸ್ಟೋರೀಸ್ ವಾಲ್ 2
9789390575367	ರಬಿನ್ದ್ರನಾಥ್ ಟಾಗೋರ್ - ಶಾರ್ಟ್ ಸ್ಟೋರೀಸ್ (ಮಾಸ್ಟರ್ಸ್ ಕಲೆಕ್ಟನ್ಸ್ ಇನ್ಕ್ಲೂಡಿಂಗ್ ದಿ ಚೈಲ್ಡ್ಸ್ ರಿಟರ್ನ್)
9789390575374	ರಬಿನ್ದ್ರನಾಥ್ ಟಾಗೋರ್ 5 ಬೆಸ್ಟ್ ಶಾರ್ಟ್ ಸ್ಟೋರೀಸ್ ವಾಲ್ 1 (ಇನ್ಕ್ಲೂಡಿಂಗ್ ದಿ ಚೈಲ್ಡ್ಸ್ ರಿಟರ್ನ್
9789390896622	ರೋಮಿಯೋ & ಜೂಲಿಯೆಟ್
9789390896127	ಸನಾತನ ಧರ್ಮ
9789390575596	ಸೀಡ್ಟೈಮ್ & ಹಾರ್ವೆಸ್ಟ್
9789390896639	ಸೆಲೆಕ್ಟೆಡ್ ಸ್ಟೋರೀಸ್ ಆಫ್ ಗ್ಯೆ ದಿ ಮೌಪಸ್ಸನ್ಟ್
9789391316914	ದಿ ಮಾಡ್ಮ್ಯಾನ್ ಹಿಸ್ ಪ್ಯಾರಬಲ್ಸ್ ಅಂಡ್ ಪೂಯೆಮ್ಸ್
9789391316457	ದಿ ಒಡಿಸ್ಸೆಯ್
9789391316921	ದಿ ಪಿಕ್ಚರ್ ಆಫ್ ಡೋರಿಯನ್ ಗ್ರೇ
9789391316464	ದಿ ಪ್ರಿನ್ಸ್
9789391316938	ದಿ ಪ್ರಾಫೆಟ್

9789391316945	ದಿ ರಿಪಬ್ಲಿಕ್
9789391316518	ದಿ ಸ್ಕಾರ್ಲೆಟ್ ಲೆಟರ್
9789391316143	ದಿ ಸೆವೆನ್ ಲಾಸ್ ಆಫ್ ಟೀಚಿಂಗ್
9789391316525	ದಿ ಸ್ಟೋರಿ ಆಫ್ ಮೈ ಎಕ್ಸ್‌ಪರಿಮೆಂಟ್ಸ್ ವಿಥ್ ಟ್ರುಥ್
9789391316532	ದಿ ಟೇಲ್ಸ್ ಆಫ್ ದಿ ಮದರ್ ಗೂಸ್
9789391316549	ದಿ ಥರ್ಟಿ ನೈನ್ ಸ್ಟೆಪ್ಸ್
9789391316594	ದಿ ಟೈಮ್ ಮಶೀನ್
9789391316600	ದಿ ಟರ್ನ್ ಆಫ್ ದಿ ಸ್ಕ್ರೂ
9789391316983	ದಿ ಉಪನಿಷದ್ಸ್
9789391316617	ದಿ ಯಲ್ಲೋ ವಾಲ್‌ಪೆರ್
9789391316426	ದಿ ಯೋಗ ಸೂತ್ರಾಸ್ ಆಫ್ ಪತಂಜಲಿ
9789391316990	ಉಲಿಸ್ಸೆಸ್
9789391316624	ಯುಟೋಪಿಯ
9789391316679	ವ್ಯಾನಿಟಿ ಫೇರ್
9789391316020	ವಾಟ್ ಇಸ್ ಟು ಬಿ ಡನ್

| 9789391316686 | ವಿಥಿನ್ ಎ ಬಡ್ಡಿಂಗ್ ಗ್ರೋವ್ |
| 9789391316693 | ವಿಮೆನ್ ಇನ್ ಲವ್ |